கவிதையின் காதலி

அ. கோவர்த்தினி

ISBN 979-888521997-6

எண்ணங்களை எழுத்தாக்கி
எழுத்துகளுக்கு உயிர்கொடுத்த
என் தமிழ்மொழிக்கு சமர்ப்பணம்.

பொருளடக்கம்

அணிந்துரை — vii

முன்னுரை — ix

நன்றி — xi

முகவுரை — xiii

1. காதல் — 1

2. மழையினில் — 4

3. காதலின் மோட்சம் — 6

4. என்னவளே — 9

5. உன்னாலே — 12

6. நிலவினில் — 14

7. மௌனமொழி — 15

8. காதலின் சுவாரசியம் — 17

9. அன்பின் ஆருதல் — 19

10. உன் நினைவினிலே — 21

அணிந்துரை

தமிழ் மொழியில் எழுதப்பட்ட நூல்கள் யாவுமே தனிச்சிறப்பு பெற்றவை. அத்தகைய சிறப்புகள் கொண்ட தமிழ் மொழியில் என் கவிகளை இயற்றுவதில் பெரும் மகிழ்ச்சி கொள்கின்றேன். கவி ஆர்வம் கொண்ட அத்துனை ரசிகர்களுக்கும் கவிதையின் காதலி ஒரு நல்ல தோழியாக இருப்பாள் என்றென்றும் . . .

முன்னுரை

காலத்தையும் வென்ற நூல்கள் பல உள்ளது. அவற்றிடம் கேட்டால் நம் தமிழ் மொழியின் சிறப்புகளைச் சொல்லி மணம் கமலும். அத்துனை சிறப்புகள் கொண்ட தமிழ் மொழியில் என் எண்ணங்களை உதிர்த்து கதம்பமாய் தொடுத்து என் கவி படைப்புகளை இயற்றுவதில் மகிழ்ச்சி கொள்கின்றேன். உணர்வுகளுக்கு உயிர் ஊட்டும் ரசனையின் சாயலில் கவி புனைந்து ரசிக்கும் ரசிகையாக இந்த கவிதையின் காதலி எழுதும் முதல் கவிதை நூல். கதம்ப மலர்களின் மாலையைப்போல் இதிலும் பல பாக்களாய் இயற்கை, காதல், நட்பு போன்ற கவிதைகளும் இடம் பெற்றுள்ளது.

நன்றி

• xi •

வாசகர்களுக்கு என் நன்றி.

முகவுரை

தமிழின் மீது கொண்ட காதலால் கவி புனையும் ஆசை கொண்டேன். பாரதியின் கவிதைகளை வாசித்து வாசித்து நாள்தோறும் கவிதையின் புதிய அனுபவங்களைக் கற்றுணர்ந்தேன். தமிழின் மீது கொண்ட காதலோ அல்லது கவிதையின் மீது கொண்ட காதலோ என்னை கவி புனையத் தூண்டியது. வாழ்வின் பெரும் பகுதியை வாசிப்பதில் கழிப்பதை விட சிறந்த மகிழ்ச்சி இவ்வுலகினில் வேறுண்டோ! மனம் நெகிழும் வாசிப்புகள்தான் எத்துனை எத்துனையோ! அப்படி என் மனம் நெகிழ்ந்த தருணத்தில் உணர்வுகளின் தத்தளிப்பில் திளைத்த ரசனையுடன் புனைந்த கவிகளை எடுத்தியம்பும் நூல். என் கவிதை பயணத்தை உங்களுடன் பயணிக்க ஒரு சிறந்த பாலமாக இந்நூல் அமைந்துள்ளது. அந்த வகையில் நான் ரசித்த என் வாழ்வின் சில தருணங்களை கற்பனை கலந்த சாயலில் கவிதையாக வடித்த தமிழ் எழுத்துகளின் சிற்பமாய் விளங்கும் இந்த கவிதையின் காதலி தொகுப்பு இருக்கும் என்பதில் எவ்வித ஐயமும் இல்லை. எத்துனை எத்துனை பிறவிகள் எடுத்தாலும் நான் வாழ்வேன் கவிதையின் காதலியாக...

கவிதையின் காதலி

1. காதல்

1.

நீயும் நானும் சேர்ந்து

ரசித்த முதல் கவிதை

நம் காதல் . . .

2.

ஒரே வார்த்தையில் தொடங்கி

ஒரே வார்த்தையில் முடியும்

ஒரே அழகான கவிதை

அதுதான் காதல் . . .

3.

என்னை அறியாமல் நானும்

உன்னை அறியாமல் நீயும்

ஒருவரை ஒருவர்

பார்த்துக் கொள்ளும்

காதலோ கொள்ளை அழகு

நீ பார்ப்பதை நான் அறிந்திருந்தும்

என் மனம் ஒப்புக்கொள்ள மறுக்கிறது

உன் ஒற்றைக் கண் பார்வையில்

நீ என் மீது கொண்ட காதலினை . . .

4.

வார்த்தைகள் ஏதும்

இல்லையடி என்னிடத்தில்

நீ எந்தன் அருகினில்

இருக்கின்ற பொழுதிலே . . .

5.

உன் வழி தேடி
என் கால்கள் போகுதடி
என்னையே மறந்து
உன் கைவிரல் பிடித்து
உன்னுடன் நடக்க
என் மனம் ஏங்குதடி . . .

6.

உன்னருகே அமர்ந்து
என் ஆசைகளைச் சொல்லி
உன்னோடு நான் வாழ
இந்த ஒரு ஜென்மம் போதாதடி
உன்னுள் வாழும் எனக்கு . . .

7.

நீ அருகில் இருந்தும்
என் மனம் தவிக்குதடி
இமைக்கும் நொடியிலே
உன்னைக் காண முடியாமல் . . .

8.

இரு உள்ளங்கள்
பேசிக் கொள்ளும்
மொழிகளுக்கு
வார்த்தைகள் இல்லை
மௌனம் மட்டுமே
மொழியானது காதலில் . . .

9.

பரந்து விரிந்த
வானமும் சிறிது
கரை கடந்த

கடலும் சிறிது
வானைத் தொடும்
சிகரமும் சிறிது - ஆனால்
உன்மீது நான்
கொண்ட காதலோ
இப்பூவுலகை விடப்
பலமடங்கு பெரியது . . .

2. மழையினில்

1.

அடைமழையிலும்

உன் கைவிரல் பிடித்து

உன் தோள்மீது சாய்ந்து

நடக்க வேண்டும் இருவரும்

ஒரு குடை பிடித்து . . .

2.

கொட்டும் மழையில் நீ

நனைந்து வரும் பொழுது

என் முந்தானை சேலையில்

உன் தலை துவட்டிவிட

என் மீது பொறாமை

கொண்டது மழை . . .

3.

மண்வாசனை கொஞ்சும் மழையினில்

அவள் சொட்டச் சொட்ட நனைகையில்

என்னவளின் விழிவழியே தவழும் மழைத்துளி

மங்கையவள் தேமதுர இதழ்களில் பட்டு

மோட்சம் அடைந்ததை நினைத்து நினைத்து

மழைத்துளியும் நாணம் கொள்கின்றது . . .

4.

தூரத்தில் பொழியும் மழையின் சாரல்

என்மீது தென்றலாய் வீச

இரவுநேர இளையராஜா பாடல்கள்

அ. கோவர்த்தினி

என் மனதினை வருடி பேச
எந்தன் உவமைகள் யாவும்
உன்னை உருவகப்படுத்த
அந்த நிமிடத்தில் தொலைந்தேனடி
என்னில் உன்னைத் தேடித் தேடி . . .

3. காதலின் மோட்சம்

1.

சோலைகளிலிருந்து
வீசும் தென்றலுக்கு
என்மீது கோபம் - ஏனெனில்
தென்றலாய் வீசும் என்னால்
அவளைத் தீண்டக் கூட
முடியவில்லை - ஆனால்
நீயோ அவளை
உன் கைகளில்
தாங்குகின்றாயே என்று . . .

2.

ஒருவருக்கொருவர்
மௌன மொழிகளில்
பேசிக் கொண்டிருந்த
தருணத்தில் ஏதோ
ஒரு இதமான
ஓசை மட்டும்
என் செவிகளில்
ஒலிக்கக் கேட்டேன்
பின்புதான் தெரிந்தது
அவ்வோசையோ
உன் பாதங்களில் உரசி
கொலுசு சிணுங்கும் ஓசையென்று . . .

3.

காதல் அகராதியில் ஆயிரம்
வார்த்தைகள் இருந்தாலும்

காதலி கொஞ்சும் மாமா என்ற

ஆசை வார்த்தைக்கு

ஒரு சொல்லும் ஈடாகாது

அந்த ஆசை வார்த்தையில்

காதலும் மோட்சம் அடையும் . . .

4.

தேநீரின் சுவையை விட

அத்தேநீரை அருந்தும்

உன் தேன்மதுர

இதழ்களின் சுவையோ

அடடடா ! ! ! . . .

5.

எதிர்பாரா நேரத்தில்

நீ தரும் இதழ் முத்தத்தில்

தொலைந்தேனடா காதலில் . . .

6.

உணர்ந்தேனடி இந்தப்

பிறவிக்கான பலனை

உன்னருகில் நானிருக்கும் பொழுது . . .

7.

உனக்காக நான்

சமைத்த உணவு ருசியா என்று

என் கண்களைக் கட்டிக் கொண்டு

நீ ஊட்டிவிட்டபடி கேட்டால்

நான் எப்படிச் சொல்வேனடி அழகே

நீ ஊட்டிவிடும் அழகின் சுவையை . . .

8.

உன் ஒற்றை

பார்வையில்

என் நாணமும்
வெட்கம் கொள்கின்றதடா . . .

9.
உன் பெயரைக்
கேட்கும்போதெல்லாம்
என்னையும் மறந்து
என் விழிகள்
உன்னைத் தேடிடுதடி
காதலின் மோட்சத்தில் . . .

10.
என் கோபங்கள் எல்லாம்
தவிடுபொடி ஆகிப்போனதடா
நீ கொடுத்த சமாதான முத்தத்தில் . . .

4. என்னவளே

1.

என் கவிதையில்
நான் தேடிடும்
முதல் வரி நீயடி . . .

2.

உலக மொழிகள் அனைத்திலும்
தேடிப்பார்த்தும் வார்த்தைகள்
ஏதும் கிடைக்கவில்லை
கவிஞனுக்கும் எட்டாத
கற்பனையான என்னவளின்
அழகினை வர்ணிப்பதற்கு . . .

3.

கவிதை எழுதாத
கவிஞன் நீ
எழுதாத உந்தன்
கவிதையின் ரசிகை நான் . . .

4.

மருதாணி கூட சிவந்ததடி
உந்தன் கைவிரல் பட்டதும்
வெட்கத்தில் . . .

5.

அரைநொடி மின்னல்
கூட தோற்றுவிட்டதடி
உந்தன் மின்னல்
பார்வையில் . . .

6.

மல்லிகைப்பூவும் முல்லைப்பூவும்
சண்டையிட்டுக் கொண்டன
என்னவளின் கூந்தலில் குடியேற . . .

7.
பூக்களும் என்னவளின் மீது
காதல் கொண்டு முகிழும்
என்னவள் தொடுக்கையில் (தொடுகையில்) . . .

8.
நீ கொடுத்த காகிதத்தில்
நான் எழுதிய கவிதைகள்
உயிர் பெற்றதடி ஏனென்றால்
அக்கவிதைகள் உன்னை நினைத்து
உனக்காக மட்டுமே நான் எழுதியவை
நீ கொடுத்த காகிதத்தில் . . .

9.
என் கிருக்கல்கள் கூட
ஓவியமாகின்றதடி
உன்னை நினைக்கையில்
உந்தன் முகமாய் . . .

10.
யாதும் அறியாதவளாய் என்னை
ஓரக் கண்ணால் பார்ப்பவளும் நீ
கள்ளச் சிரிப்பால் என் உள்ளத்தில்
கொள்ளை கொண்டவளும் நீ
என்னை அறியாமலே எந்தன்
மனதில் நுழைந்தவளும் நீ
என் விழிகள் தேடித் தேடி
காதல் கொள்ள நினைப்பவளும் நீ
இவை எல்லாம் தெரிந்தும் என்னிடம்

சொல்ல முடியாமல் தவிப்பவளும் நீ . . .

11.

உன்னுள் தொலைந்த என்னை
தேடித் தேடித் தோற்றேனடி என்னவளே
உன்னிடத்தில் நான் என்னை
தேடித் தேடித் தோற்றேனடி . . .

12.

அதிகாலை நேரத்து விண்மீனாய்
புல்நுனி தாங்கும் பனித்துளியாய்
நிலவிற்காக காத்திருக்கும் இரவாய்
அவள் சிலிர்க்க வீசும் குளிர் காற்றாய்
மங்கையவள் மேனி தழுவும் மழையாய்
என் விழிபார்க்கும் காட்சியெல்லாம்
எந்தன் உள்ளத்து தேவதையாய்
நீ தோன்றுகின்றாயடி . . .

5. உன்னாலே

1.

நீ தொலைவினில் இருக்கையில்
உன்னைக் காணத்
துடிக்கின்ற என் கண்கள்
உன் குரலோசை கேட்கத்
துடிக்கின்ற என் செவிகள்
உன் கைகோர்க்கத்
துடிக்கின்ற என் கைவிரல்கள்
உன்னுடன் சேர்ந்து நடக்க
விரும்பும் என் கால்கள்
நீ அருகினில் இருக்கையில்
உன்னைப் பார்த்ததும் வெட்கம்
கொள்ளும் என் கண்கள்
உன் குரலோசை கேட்டதும் வெட்கம்
கொள்ளும் என் இதயத்துடிப்பு
உன் கைவிரல் கோர்த்ததும்
சிலிர்த்திடும் என் நாணம்
உன்னுடன் சேர்ந்து நடக்கையில்
மறந்த என்னுலகம்
இவையனைத்தும் உன்னாலே . . .

2.

காதல் கூட உன்னாலே
வெட்கம் கொள்ளுதடி
என்னருகே நீ
இருந்தால் . . .

3.

நீ காட்டும் அன்பினில்
என் உலகினை மறந்தவளாகி
உன்னில் வாழ ஆசையடா
என் வாழ்நாள் முழுவதும்
எனத் தோன்றியது உன்னாலே . . .

4.

உன்னைக் காண
ஒவ்வொரு நொடியும்
என் இதயம் துடிக்கிறது
ஏனோ தெரியவில்லை
உன்னைப் பார்த்ததும்
என் பெண்மை
வெட்கம் கொள்கிறதடா உன்னாலே. . .

6. நிலவினில்

1.

இரவின் வரவவை
எதிர்பார்க்கும் நிலவு போல
என் மனம்
உன் வரவினை எதிர்பார்த்து
காத்திருக்கின்றதடி . . .

2.

இரவின் நிழலில்
நிலவின் ஒளியில்
தென்றலின் குளிரில்
தாயின் மடியில்
ஒரு குழந்தையைப் போல
விழிமூடி நீ உறங்க
உன்னை என்
மடியினில் தாலாட்டிடுவேனடி . . .

7. மௌனமொழி

1.

யாரும் இல்லாப் பாதையில்
நீயும் நானும் போகையில்
இந்த அழகிய தருணத்தில்
உன்னிடம் பேச ஆயிரம்
வார்த்தைகள் இருந்தும்
என் மௌனம் ஒன்றே
மொழியானதடி . . .

2.

உன் தூக்கம் தொலைத்து
என் கனவில் வந்தாய்
உன் இமைகள் திறந்து
என் விழிகள் மூடினாய்
உன் இதழ்கள் விரித்து
என் மொழியை ஊமையாக்கினாய்
பகலின் நிஜமென்று நினைத்தேன்
பிறகுதான் தெரிந்தது இவையனைத்தும்
என் இரவில் தோன்றிய
உன் கனவு என்று . . .

3.

உன்னை அறியாமலேயே
நீ ஒருவரை நினைக்கிறாயென்றால்
அந்த அன்பிற்கு
என்றுமே பிரிவில்லை
இறந்தாலும் கூட
அந்த அன்பு

மௌன மொழியாய்
காதலின் மாய உலகினில்
என்றென்றும் வாழுமடி . . .

• 16 •

8. காதலின் சுவாரசியம்

1.

பிரிதலும் புரிதலும்
காதலின் சுவாரசியம் என்பதை
எனக்கு உணர்த்தியவன் நீயடா . . .

2.

உன்னைப் புரிந்து கொண்ட
என் மனதிற்கு
என்னைப் புரிந்து கொள்ள
முடியவில்லை அதனால்தான்
என்னவோ என் மனம்
தொலைந்ததடி உன்னிடம் . . .

3.

சொல்லாமல் சொல்லும்
உன் மௌனத்தின் அர்த்தங்கள்
என் இதயம் மட்டுமே அறியுமடி
அதனால்தான் வார்த்தைகள் இன்றி
உன் மௌனங்களால்
என் மனதைக் கொன்றாயோ...

4.

பிரிந்து செல்லும் போது
வரும் கண்ணீர்த் துளிகளை விட
புரிந்து கொண்டு சேரும் போது வரும்
கண்ணீர்த் துளிகள் உணர்த்தும் அன்பிற்கு
எதுவும் ஈடாகாது இவ்வுலகினில் . . .

5.

நான் தொடங்கி
எழுதி முடிக்காத
கவிதையின் முடிவை
நீ எழுதி முடிப்பாய்
என்ற நம்பிக்கையில்
என் காதல் கவிதை . . .

9. அன்பின் ஆருதல்

1.

வாழ்க்கையில் ஆயிரம்
துன்பங்கள் இருந்தாலும்
ஆருதல் கூற
அன்பாக நேசிக்கும்
ஒரு உண்மையான உறவு
உன்னைப்போல் இருந்தாலே
போதும் ஆயிரம்
இன்னல்களும் அரைநொடி
மின்னல்களாய் மறைந்து விடுமடி . . .

2.

அழும் நேரத்தில்
ஆருதல் சொல்ல
நீ இருந்தால் போதுமடா
தினமும் ஆழ
என் மனம் ஏங்கும்
அழுகைக்காக அல்ல
நீ சொல்லும்
ஆருதலுக்காக . . .

3.

சோகங்களைக் கூட
சுகமாய் ஏற்றுக்கொள்வேனடி
ஆறுதல் சொல்ல
என்னருகே நீ இருந்தால் . . .

4.

உன் நெஞ்சோரம்

என் தலை சாய்த்து

உன் ஆறுதல் தேடுகின்றதடா

என் சோகங்கள் . . .

உன் நெஞ்சோரம்

என் தலை சாய்த்து

உன் ஆறுதல் தேடுகின்றதடா

என் சோகங்கள் . . .

10. உன் நினைவினிலே

1.

உன் நினைவுகளின்

கோர்வைதான்

என் வரிகளில்

தோன்றிடும் கவிதையடி . . .

2.

உலக காதலுக்குத்தான்

தாஜ்மஹால் நினைவுச் சின்னம்

உண்மைக் காதலுக்கு

நினைவுகள் மட்டுமே சின்னம் . . .

3.

காலம் நம்மைப் பிரித்தாலும்

நம் காதல் என்றுமே பிரியாது

மனமின்றிப் பிரிந்த நம் மனதிற்கு

என்றுமே அழியாத

நம் காதலின் நினைவுகள்

மறக்கவும் முடியாமல்

மறுக்கவும் முடியாமல்

அழகிய பொக்கிஷமாய்

என்றென்றும் நம்முடன் வாழும் . . .

4.

என் மௌனம் நினைப்பதை

நீ பேசுகிறாய்

என் உள்ளம் நினைப்பதை

நீ செய்கிறாய்

என் விழிகள் பார்ப்பதை

நீ காண்கிறாய் - ஆனால்
என் இதயம் வலிப்பதை மட்டும்
நீ எப்போது உணர்வாய் உயிரே . . .

5.

ஆறுதல் கூட வேண்டாம்
என் சோகங்களுக்கு
உன் கைகோர்த்தால்
போதுமடி என் சோகம்
கூட சுகமாகும் . . .

6.

நாம் மனமின்றிப் பிரியும் நேரத்தில்
என் காலம் முழுவதும்
நான் உன்னோடு வாழ்வதாய்
என்னை உணர வைத்தாயடா
நீ கொடுத்த நெற்றி முத்தத்தில் . . .

7.

இதயத்தை உன் உயிராய்
நினைத்துக் கொண்டு
இதயத்துடிப்பாய் வாழ்கிறேன்
நிலவை உன் முகமாய்
நினைத்துக் கொண்டு
இரவாய் வாழ்கிறேன்
பனித்துளியை உன் வியர்வையாய்
நினைத்துக் கொண்டு
குளிர்காற்றாய் வாழ்கிறேன்
உன் அன்பை மழைத்துளியாய்
நினைத்துக் கொண்டு
நிலமாய் வாழ்கிறேன் - தினமும்
உன்னையே நினைத்துக் கொண்டு

நான் உன்னுடனேயே வாழ்ந்து
கொண்டிருக்கிறேனடி என் உயிரே . . .

8.

உலகில் வாழும்
உயிர்களுக்குத்தான் மரணம்
உன்னில் வாழும்
என் உயிருக்கு இல்லையடி . . .

9.

உன்னைக் கஷ்டப்படுத்தும்
நோக்கம் எனக்கில்லையடி
அதனால்தான் என்னவோ
என்னையே நான்
காயப்படுத்திக் கொள்கிறேனடி
உன் பிரிவு எனும் ஆயுதத்தால் . . .

10.

சூரியனை விட்டு ஒளிக்கதிர் பிரியலாம்
இரவை விட்டு குளிர் பிரியலாம்
மலரை விட்டு மணம் பிரியலாம்
தேனை விட்டு சுவை பிரியலாம்
உடலை விட்டு உயிர் பிரியலாம்
மனதை விட்டு மகிழ்ச்சி பிரியலாம் - ஆனால்
என்றென்றும் உன் நினைவுகள் மட்டும்
என் இதயத்தை விட்டு
பிரியாது என் அன்பே . . .

11.

சேர்ந்து வாழ்ந்தால்தான்
காதல் என்பதில்லை
பிரிந்து வாழ்ந்தாலும் காதல்
காதல்தானடி பெண்ணே

பல ஜென்மங்கள் ஒன்றாக
சேர்ந்து வாழ்ந்த சந்தோஷம்
இந்த ஜென்மத்தில் நீ
தந்து விட்டுப்போன
நினைவுகளடி
அந்த நினைவுகள்
என்னை அறியாமலே உன்மீது
காதல் கொள்ள வைத்ததடி நீ
என்னைப் பிரிந்த வேளையினிலும் . . .

12.

என் மனதில் உள்ள
உன் நினைவின் சுவடுகளை
அழிக்க காலத்தாலும் முடியாதடி - ஏனெனில்
அக்காலத்தையும் வென்றது நம் காதலடி . . .

13.

தொலைவினில் இருந்தாலும் நீ
என் உயிரியினில் கலந்திருப்பாயடி
நினைவுகளாக என்றென்றும்
என்னை நினைக்காத நீயும்
உன்னை மறக்காத நானும் . . .

14.

நான் உன்னை
மறக்க நினைத்தாலும்
என் கண்களும் இதயமும்
உன்னைத்தான் தேடுகின்றதடி
உன்னைப் பார்க்க நினைக்கும்
என் கண்களுக்குத் தெரியாதடி
நீ என்னைக்
காண வரமாட்டாய் என்று

உன்னை நேசிக்கும்
என் இதயத்திற்குத் தெரியாதடி
நீ என்னை
மறந்துவிட்டாய் என்று
இருந்தும் என் மனம்
மறப்பதில்லையடி உன்னையும்
உன் நினைவுகளையும் . . .

15.
உன் நினைவின்றி நானும்
என் நினைவின்றி நீயும்
வாழலாம் ஆனால்
நம் காதல் வாழாதடி
கலைந்து போக
கனவும் அல்ல
மறந்து போக
நினைவும் அல்ல
நான் உன்மீது
கொண்ட காதல் நிஜமடி . . .

16.
நீ மறந்தாலும்
உன் நினைவுகள்
என்னை மறப்பதில்லையடி
அதனால்தான் என்னவோ
ஒவ்வொரு நொடியும்
உன் நினைவாக வருகின்றன
எனக்கு ஆறுதல் சொல்ல . . .

17.
நிஜத்தில் விட்டுச் சென்ற நீ
ஆறுதல் சொல்ல

நினைவிலாவது வந்தாயே...
உன் நினைவொன்றே போதுமடி
நம் பிரிவையும் கடந்து
நீ என்னில் வாழ்ந்து
கொண்டிருப்பதை உணர்த்த . . .

18.

உன் நினைவுகளும்
நீ கொடுத்த வலிகளும்
எனக்கு சுகமானதுதான்
என் உயிர்க் காதலியே
நீ என்னை மறந்த பிறகும்கூட . . .

19.

நான் அதிகமாக நினைப்பது
உன்னைத்தான் என்று
என் மனது சொன்னது – ஆனால்
அந்த மனத்திற்கு தெரியாது
உன் மனதில் நான்
இல்லையென்று . . .

20.

நிஜங்களே பொய்யாகிப் போகையில்
நினைவுகள் மட்டுமே
உயிராய் வாழ்கிறது
உண்மையான அன்பினில் . . .

21.

நான் உயிராக நினைப்பதும்
உன்னைத்தான்
என் உறவாக நினைப்பதும்
உன்னைத்தான்
அதனால்தான் என்னவோ

அ. கோவர்த்தினி

என் உயிரை எடுத்துவிட்டு
நம் உறவை முறித்துக்
கொண்டு சென்றாயோடி
பிரிவைக் காரணம் காட்டி . . .

என் கிருக்கல்களைக்கூட
கவிதையாய் ரசித்த உங்களுக்கு
இந்த தோழியின் நன்றி
என் கிருக்கலிலே . . .

www.ingramcontent.com/pod-product-compliance
Lightning Source LLC
Chambersburg PA
CBHW020654160726
47991CB00003B/1185